Isang Paanyaya sa Pagliliyab

Lipon ng mga Tula

Junel Garsuta

Ukiyoto Publishing

All global publishing rights are held by

Ukiyoto Publishing

Published in 2022

Content Copyright © Junel Garsuta

ISBN 9789367956021

All rights reserved.
No part of this publication may be reproduced,
transmitted, or stored in a retrieval system, in any
form by any means, electronic, mechanical,
photocopying, recording or otherwise, without the
prior permission of the publisher.

The moral rights of the author have been asserted.

This is a work of fiction. Names, characters, businesses,
places, events, locales, and incidents are either the
products of the author's imagination or used in a
fictitious manner. Any resemblance to actual persons,
living or dead, or actual events is purely coincidental.

This book is sold subject to the condition that it shall
not by way of trade or otherwise, be lent, resold, hired
out or otherwise circulated, without the publisher's
prior consent, in any form of binding or cover other
than that in which it is published.

Dedication

Sa BUHAY at sa lahat ng bumubuo nito,
Sa aking pamilya na taos puso akong
sinusuportahan magmula pa noon
Sa Team GWAPO, ang aking ikalawang pamilya,
Sa Fighting GWAPO na siyang katuwang ko sa
pag-inom ng kape tuwing linggo,
Kay Yedda, isa sa pinakamaganda at
nakamamahanghang babae sa mundo,
Sa Poong Maykapal na siyang pinagmulan ng lahat
ng aking kakayanan,

Maraming salamat sa inyo.

Contents

Isang Paanyaya sa Pagliliyab	1
Bisita	3
Mga Aral Mula sa Aking Kabataan	6
Damong Ligaw	9
Ang Paglilitis	12
Sa Natatanging Kamay na Hahawakan ko Habambuhay	15
Ang Dami Kong Tattoo	17
Paglalakbay	19
Datu Salumay	22
Minsan Nang Magkwento Ako Sa Anino	25
Unang Kabanata	27
Biglang Bitaw, Biglang Hila	29
Pareho Tayong Kriminal	32
Huli	36
Ikalawa	38
Una	40
Sa Una at Huli Kong Iibigin	42
About the Author	44

Isang Paanyaya sa Pagliliyab

Magliyab ka sa gitna ng karimlan
Sa gitna ng malawak na kawalan
Padaluyin ang dugo sa mga nagbabagang-ugat
Hindi ka nag-iisa
Nariyan silang minsan nang umibig at nabigo
Minsang nakipaglaba't dumanak ang dugo
Subukan mong maging bayani muli
Marahil sa pagkakataong ito'y kailangan nila ang iyong apoy
Magliyab ka sa gitna ng mga nagsasayawang palasyo
Sa mga parolang napundi
Sa mga guhong inabo ng mga lumipas na sandali
Subukan mo silang sagipin habang sinisindihan ang sarili
Panatilihin ang apoy maging sa gabi
Kailangan ka nila
Silang alipin ng dilim na humihikbi sa bawat hapding dulot ng pagdaloy ng pawis sa sugat
Silang nag-iisa sa disyerto't nauubusan ng hinihinga, nahihimlay sa bawat kinang ng mga tala
Silang nakatanikala sa pagsamba sa monumento ng kanilang nakalipas
Silang uhaw sa pakikibaka, sinasanay ang sarili sa gaspang ng kalsada
Magliyab ka sa kanilang pagkagapos
Ialay ang liwanag hanggang pagdurusa nila'y magtapos

Isang Paanyaya sa Pagliliyab

Tanggapin ang matitinding hambalos
Maging tanglaw sa kanilang paghihikahos
Aralin ang kanilang damdamin at isantabi ang mapanghusga mong isipan
Magliyab ka sa kanilang kalungkutan
Hayaan silang damhin ang pag-ibig na nagbigay sayo ng kalayaan
Gamit ang mga bisig, akayin mo silang maigi
Gabayan ang mga paa tungo sa liwanag
Ikaw ang kanilang sulo
At kahit subukan man ng hanging patayin ang iyong apoy
Ay patuloy ka lamang magliliyab
Hangga't ang pag-ibig mo sa Maykapal ay patuloy ring nag-aalab
Magbabaga, sa lilim ng gabi, sa lawak ng kawalan, sa gitna ng dilim

Bisita

Gumising akong namumugto ang mga mata mula sa matinding pagluha kahapon
Napansin ko ang pananakit ng aking talampakan nang bumangon ako mula sa kama
May mga bubog na nakakalat sa sahig at hindi ko alam kung saan sila nanggaling
Iniisip ko kung may nabasag ba akong mga bote kahapon nang sinubukan kong pawiin ang sakit
O kung may bumato ba sa bintana ko habang payapa akong nahihimbing
Dahil alam ko na kahit pilitin kong maging payapa ay may mga ingay pa rin na sa akin ay gigising
Iniisip ko kung saan nga ba sila nanggaling
Marahil ay naligaw ka rito kahapon, hindi ako sigurado
Dahil sa dinami-rami ng pangalang kailangan kong kabisahin siguro'y nakalimutan kitang alalahanin
Alam kong hindi tamang kalimutan ka ng ganoon na lamang
May mga bagahe ka ring dala-dala at nais mo rin ng taong makikinig ngunit pasensya na kung nalulungkot rin ako minsan
Kung sa likod ng aking mga biro at patawa ay may isang taong pilit pinapanalo ang isang giyera
Kung sa likod ng mga ngiti ng animo'y saya ay ang pagtangis ng isang sundalong nais nang kumawala

Isang Paanyaya sa Pagliliyab

Pasensya ka na kung hindi kita napagsabihan kaagad
bago ka man lang bumisita
Hindi man lang kita naipagtimpla ng kape at
napaghanda ng miryenda
Pasensya ka na kung hindi kita pinansin nang
sinimulan mo akong kausapin
Alam kong marami kang baong kwento ngunit tila
hindi kinaya ng aking mga tengang makinig
Pasensya ka na kung hindi ako nakinig
Pasensya ka na kung hinayaan kitang magbasag ng
mga bote sa sahig
Ngayon, nililigpit ko sila at pinupunasan ang mga
dugong nakakalat na dinulot ng mga sugat ko sa paa
Ngunit di ko makita ang mga boteng sa tingin ko'y
pinagmulan nila
Marahil ay itinago mo silang maigi upang hindi ka
malaman ang iyong pagbisita
Nasaan ang iyong mga yapak?
Bakit tila hindi ko maaninag ang mga simpleng marka
ng iyong paa?
San ka dumaan?
Paano mo pinasok ang aking tahanan
Sa bintana, titingnan ko ang bintana baka sakaling
binasag mo ito dahil alam mong sarado ang aking
pinto
Alam mong ikinandado ko ang mga ito dahil ayoko ng
istorbo
Sandali, maayos ang bintana hindi ka dito pumasok
ngunit saan?
Sa bubong? Tama, ang aking bubong ay yari sa kristal
ngunit sandali hindi ito madaling basagin

Matibay ang aking bubong, ito ang aking panangga sa bawat unos na dumaratal
Hindi ka dumaan sa bubong, baka sa dingding
Yari ito sa salamin, sinadya upang masilayan ko ang sarili araw-araw
Kung anong laki na ng aking pinagbago
Kung nagbabago nga ba o nananatiling luma
Hindi. Walang nasirang bintana, walang nabutas na bubong, walang nabasag na dingding
Saan sila nanggaling? Hindi kaya sa akin?
Humarap ako sa salamin at ginalugad ang bawat detalye ng aking katawan
Nasilayan ko ang isang butas sa ibabaw ng aking tiyan at tuluyang nakamit ang kasagutan
Walang bisita ang dumating, walang bote ang sinadyang basagin
Ang mga bubog na nakakalat sa sahig ay mula sa puso kong kailangang gamutin.

Mga Aral Mula sa Aking Kabataan

Nakasanayan kong magbalik-tanaw sa mga maririkit na alaala ng kahapon
Mga sandaling nasisilayan ko pa ang pagbubukangliwayway sa umaga
At ang malikhaing pagtatakipsilim sa hapon ay natatanaw ko pa
Umahon ako mula sa dalampasigan at isa-isang ginunita ang mga aral na itinuro sa akin ng aking kabataan
Una, isang sining ang pagkakadapa
Tinuturuan tayo nito na ang mundo ay isang mabatong labirintong puno ng mga balakid
Na hindi sa lahat ng oras ay sasang-ayon sa'yo ang ihip ng hangin
Nariyan ang lungkot, luha, at sakit na idudulot ng bawat sugat na iyong mababatid
Ikalawa, hindi lahat ng kalaro ay kakampi
Ang iba ay katunggali kaya
Ikatlo, huwag basta-bastang magtitiwala sa kunwari nilang pagkampi
Dahil ang bawat mababangis na nilalang sa gubat ay lumalapit muna bago ka sakmalin
Ikaapat, hindi lahat ng kakampi ay kaibigan
Yung iba kumakampi lang dahil meron silang kailangan

Magtitiwala kang lubusan at hindi mo mamamalayan
na dahan-dahan ka na palang nawawalan
Magiging taya ka sa habulan, ikaw ang maghahabol
Kakaripas sila ng takbo at unti-unting maglalaho't
gagawing tagu-taguan ang habulan
Ikaw ang maghahanap, hahanapin mo sila at
mapagtatanto mo na hindi na pala ikaw yung taya
Ikaw na pala yung naiwan, iniwan
Ikalima, hindi lahat ng gusto mo napapasayo
Hindi dahil sa hindi ka karapat-dapat mabigyan ng
mga bagay na iyon
Ngunit dahil pinili ng ibang hindi mo mapasakamay
kung ano ang tunay na makapagpapasaya sayo
Pinili nila ang pighati para sayo ngunit
Ikaanim, piliin mong sumaya kahit sa maliliit na mga
bagay
Matutong magpasalamat kahit sa mumunting
tagumpay
Dahil ang galak ng puso sabi nila ay nakapagpapahaba
ng buhay
Ikapito, maging handa sa pagdating ng taglamig
Hindi lamang ng panahon, kundi pati ng mga
damdamin
Maging handa ka sa lungkot na dulot ng pagkawalay
sa iba dahil
Ikawalo, hindi lahat ng daraan sa buhay mo ay
mananatili
Hindi lahat pipiliing manatili tulad ng bukangliwayway
na kailangang mamaalam sa pagsapit ng umaga
Ngunit tandaan na ang mahalaga ay dumating siya

Upang magpakita ng kariktan bago pa man natin
lubusang salubungin ang liwanag
At tandaan rin na darating ang mga araw na hindi mo
na kayang makaramdam
Kahit ang sarili mong tahanan ngunit
Ikasiyam, hindi man lahat ng dumaraan naghahatid ng
saya, pasalamatan mo pa rin ang pagdating nila
Dahil marami sa kanila ay galing sa pagkahapo at
pagod sa buong araw na pakikipaglaban
Pasalamatan mo't inilaan nila sa iyo ang kanilang mga
kamay
Upang tapikin ka sa bawat mapagpahirap na sandali
At panghuli, baunin mo ang lahat ng mga aral na
natutunan mo sa iyong kabataan
Dahil lahat ng iyan ay gintong pamana na kailanman
ay hinding-hindi mananakaw

Damong Ligaw

"Noong unang panahon, may isang damong ligaw sa gitna ng mga magaganda at mababangong bulaklak. Akala niya hindi siya para roon." - at ito ang aking kwento.
Hinagkan kong muli ang mga brasong minsan nang yumakap sa akin
Mga brasong nangulila sa akin ng maraming panahon
Mga brasong naghintay, malagpasan ko lamang ang madilim na pasilyo kung saan ako naligaw
Oo, naligaw ako
Nang minsan kong sinubukang hanapin sa mga bitwin at buwan ang nawawala kong sarili
Akala ko, nasa kinang at ningning ng mga tala ang hinahanap kong sagot sa mga tanong
Kung bakit ako narito?
Kung bakit sa kabila ng mga kasalanan ay nananatili akong malaya?
Kung bakit nakakaya kong lagpasan ang mga pagsubok na dumaratal sa akin
Akala ko noon, kung babalik man ako kung saan ko unang natagpuan ang pag-ibig ay wala na akong madaratnan
Nagkamali ako
Nagkamali ako at akalain mo, kahit sa ganitong klaseng bagay nagkakamali ako dahil oo
Akala ko isa akong kamalian

Isang duming nararapat alisin
Isang tattoo na dapat tanggalin
Isang damong ligaw sa gitna ng mga magaganda at mababangong bulaklak
Hindi ako nararapat mahalin
Ngunit, sa mga panahong madilim ang tingin ko sa mundo
At sa mga oras na masama ang tingin ko sa sarili ko
Nariyan ang iyong mga brasong handang magpaalala kung sino nga ba talaga ako
At kung ano ang silbi ko sa mundo
Hindi ka nawala sa mga panahong nawawala ako at pinulot mo ako kung saan ko iniwan ang sarili ko
Ikinumot mo sa akin ang pag-ibig na noo'y sinubukan kong iwasan
Binulong mo sa akin ang mga salitang hirap akong bitawan sa sarili ko:
"Minahal kita sa kabila ng lahat. Hindi ko kailanman tiningnan ang Iyong mga pagkakamali bagkus, tiningnan kita gamit ang mga mata ng pag-ibig. Walang bahid at malinis."
Paulit-ulit. Paulit-ulit hanggang sa tuluyan kong nakita ang liwanag sa pagitan ng madidilim na pasilyo
At ang kinang ng mga tala ay tila nagbago
Wala na rito ang sarili ko
Ngunit natagpuan ko ito Sa'yo
Sa mga kamay Mo
Umukit ka ng panibagong uniberso at sinulat mo rito ang isang panibagong kwento:
"May isang damong naligaw sa gitna ng magaganda at mababangong bulaklak. Akala niya, hindi siya para

roon. Ngunit ang akala niyang 'yun ay biglang naglaho nang unti-unting umusbong mula sa kanya ang mga mumunting bulaklak. Hanggang sa tuluyan na niyang naging kakulay ang paligid niya. Ang hindi niya alam, matagal na pala siyang namumulaklak, ngayon niya lamang napansin ang kanyang pamumukadkad."

Ang Paglilitis

Tinawag nila ako upang tumestigo
Hindi, ang kanilang paglapit ay may halong pagpilit
magsalita raw ako alang-alang sa hustisya
May bigat
ramdam ko ang bigat ngunit di ko mahanap
Bakit kailangan ko pang magsalita?
Matagal na akong nagpapaliwanag ngunit kahit kailan
ay hindi nila ako pinakinggan
Hindi ba nila alam?
Ako ang nililitis dito!
Ako ang nasasakdal!
Baliktarin man natin ang mundo patuloy akong
nasasakal
naiipit sa pagitan ng pagsasabi ng katotohanan at
pagiging katotohanan
na ito ang tunay na nangyari
na hindi ko alam kung paano nagsimula ang lahat
kung paanong isang gabi ay gumising akong umiiyak
may bigat
ramdam ko ang sobrang bigat ngunit hindi ko
mahanap
Sabi nila, guni-guni ko lang daw ang lahat
gawa-gawa ko lang daw ang mga multo sa ilalim ng
aking kama
na lahat ng lungkot ko'y bahagi lamang ng drama
na baka ako raw ay nababaliw na

Baliw.
Siguro nga,
dahil matagal rin akong naniwala na ang buhay ay puro saya
na isang ngiti mo lang ay mawawala agad ang problema
Baliw akong naniwala sa pantasya
sa mahika
sa ginhawa
Hindi sila naniniwala
ngunit narito sila't hinihingi ang aking salita
manumpa raw akong sasabihin ang katotohanan at pawang katotohanan lamang
Ang sabi ko,
Hindi ko alam.
Wala akong sasabihing kahit anuman na lalong magsasakdal sa aking katauhan.
Ako ang biktima.
Ngunit bakit parang ako pa ang may kasalanan?
Bakit itinutuon sa akin ang sisi?
Bakit ako pa ang dapat na maging saksi?
Ganito ba dapat?
Kung sino pa ang nalulugmok siya pa ang dapat magbayad.
Hindi ko pinili itong mga sugat.
Hindi ako ang nagpinta ng sarili kong pighati.
Hindi ko kailangang patunayan na inosente ako dahil totoo ang nararanasan ko.
May bigat
ramdam ko ang bigat ngunit hindi ko ito mahanap
hindi

hindi ko ito kailangang hanapin
hindi itong paglilitis ang kailangan ko
Ang kailangan ko ay mga tengang makikinig
pusong iintindi
at isipang bukas upang salubungin ang aking kwento
Tandaan ninyo:
Paulit-ulit niyo mang hingin ang salaysay ko,
hindi ako tetestigo sa sarili kong kaso.

Sa Natatanging Kamay na Hahawakan ko Habambuhay

Alam kong maingay ang mundo
marahil ay narinig mo na silang sumuko sa
masalimuot na takbo ng daigdig
hindi nila kinaya ang bigat ng pasanin
hindi nila maatim ang palagiang paninimdim
Maski ikaw ay minsan na ring nahulog sa bitag
minsan na ring naniwala na ang pag-asa ay para
lamang sa iilan ngunit hindi sa isang tulad mo
Ngunit napagtanto mong nagkamali ka at isinantabi
lahat ng iyong pangamba
naniwala sa pag-ibig na siyang pinakamatibay na
pwersa
at doon kita lubusang nakita
Hindi sa pungay ng iyong mga mata ni sa hugis ng
iyong mukha
nahanap kita sa mga kamay mong sugatan at
maraming marka
Alam ko ang kwento ng ilan sa kanila
niyakap ko maging ang mga kantong madilim at
masukal na bahagi
at diyan kita pinili
Ikaw ay isang aklat na bukas
walang kabanatang ikinukubli
hindi alintana ang mata ng marami
basta't maihayag lamang ang sarili

Isang Paanyaya sa Pagliliyab

Hinangaan kita sa taglay mong tapang
sinakop ka man ng kalungkutan,
nawalan man ng taong minahal mo ng lubusan,
kumutan man ng lamig ang buong katawan,
nanatili kang nariyan
nakatayo at lumalaban
Kaya, higit akong naliwanagan
nahanap ko na ang aking kanlungan
nahanap ko na ang mga kamay na hahawakan ko
habambuhay
nahanap kita
tanggap kita
hindi ka na muling mag-iisa
Halika
Sabay tayong maglakbay.

Ang Dami Kong Tattoo

Nagulat ako nang humarap ako sa salamin
Andami ko na palang tattoo
Di ko namalayan ang bawat patak ng segundong iginugugol ko sa mundo
Masyado akong abala sa pagpapakasaya
At wala akong oras upang linisin ang sarili ko
Wala akong pakialam kung mapuno man ako ng tatto
Nasanay na nga akong pagmasdan ang bawat pigurang nakaukit sa aking katawan
Na tila mariing nilalasap ang paninirahan dito
Mga larawang naging simbolo ng aking pagkatao
Na tila sinadyang maisulat sa kayumanggi kong balat
Upang maging paalala ng minsan ko nang pagkabigo sa mundo
Bulag, talunan, nag iisa, makasalanan
Iyan ang tinuran sa akin ng mga taong akala mo'y malilinis
Mga matang mapanghusga na tila ba ni minsan ay hindi nagkasala
Ano bang magagawa niyo kung nabubuhay ako sa pagkamuhi?
Maitim ang budhi at puno ng pighati
May magagawa ka ba kung naging mapusok ako't sinunod ang tawag ng aking laman?
O kung nagnakaw ako ng mga bagay na hindi ko pinaghirapan?
O kung sumuway ako sa utos ng aking mga magulang?

Isang Paanyaya sa Pagliliyab

Wala na akong pakialam
Dahil lahat ng iyan ay naiukit na at nagtayo ng sarili
nilang dambana sa aking katawan
Hindi na sila mabubura
Hindi na sila mawawala
Hindi na sila matatanggal
Hindi na sila maglalaho
Hindi
Dumating Ka
Dumating Ka bitbit ang lahat ng Iyong isinaad
Binalot Mo akong muli ng gintong luwad
At hinugasan gamit ang tubig ng pagpapatawad
Marahan Mo akong sinabunan upang linisin ang lahat
ng sugat na idinulot ng pagkakadiin ng sulat sa aking
balat
Binago Mo ako at ginuhitan ng panibagong pag-asa
Gamit ang pag-ibig isinulat Mo sa akin ang mga
salitang sakto at tugma sa bago Mong nilikha
Pinalitan Mo ang tattoo ng isang kwento
Biniyayan ang aking mga kamay upang makapagsulat
ng mga tulang isisigaw ko sa buong mundo
Hindi Mo lang ako nilinis
Ako rin ay Iyong kinulayan upang dito ka manirahan
Sa aking puso at isipan
Ako ay Iyong naging tahanan
Tahanan ng pagsamba, pagpupuri, pag-ibig at
pagkakaisa
Tahanan ng liwanag at kabutihan
Inalay mo sa akin ang kalayaan
At ngayon, kasama Ka, gagawa tayo ng isang
panibagong kasaysayan

Paglalakbay

Isang beses lang
Nais kong maglakbay na walang hinahanap
dinggin lamang ang mapag-atubiling busina ng mga sasakyan
ang pagkukumahog ng mga tahanang naghahanda sa pagsapit ng bagong umaga
ang ritmo ng mga kuliglig sa madaling araw
langhapin ang sariwang hangin at damhin ang paglapat ng hamog sa aking balat
na tila ba isa akong tuyong damong luntia't pinagpapawisan
Ramdam ko ang pawis sa bawat kong hakbang
Tagaktak mula sa aking noo hanggang sa aking talampakan
Ramdam ang pagod sa buong katawan ngunit hindi ba't ito ang aking layunin?
Ang maglakbay na walang hinahanap maging ang sarili?
Ang maging dayuhan sa matatarik na bundok na balak akyatin?
Ang hindi tanungin ng mga detalyeng ayokong sabihin?
Ano bang silbi ng paglalakbay kung nanaisin mo lamang hanapin ang nawawala?
Para ka lamang nangingisda sa laot ng mahinang alon bitbit ang lambat na balisa

Isang Paanyaya sa Pagliliyab

wala kang makukuha
wala kang mapapala
Ilang panalangin man ang iyong banggitin ay walang darating na himala
Sapagkat silang naghahanap ang tunay na nawawala
Kaya, huwag mong tangkaing galugarin ang mundo
sa paghahanap ng nawawala mong piraso
sa pangangalap ng sangkap upang ikaw ay mabuo
sa paghahangad na maitaboy lahat ng suliraning dala mo
Sapagkat ang paglalakbay ay hindi para sa mga naghahanap
ni para sa mga nawawala
Naglalakbay tayo upang makadama
ng lamig
ng init
ng pagod
ng pait
ng saya
ng sakit
ng lungkot
ng pananabik
Mananabik tayong muli sa pag-uwi
Naglalakbay tayo upang makauwi
Naglalakbay tayo upang makabalik
Kaya't hiling kong makabalik
Hiling kong sa pagtapak kong muli sa mga lugar na nahalikan na ng aking mga paa
ay madama kong muli ang pahinga
At makahinga matapos ang pagkalunod sa sarili kong luha

Ang masilayang muli ang tuktok ng inaakyat kong
bundok at malayang maisigaw ang mga tulang
naninirahan sa aking puso
Naglalakbay ako para sa mga bagay na ito
Para sa kanilang nananatili't naghihintay sa aking
pagbalik

Datu Salumay

Ilang beses nang nahalikan ng aking mga paa ang lamig nitong lupain
Ilang beses ko na ring nasilayan ang luntian nitong tanawin
Sa bawat balik, ipinagpapasalamat ko ang ligtas na paglalakbay
mula sa mababatong daan tungo sa mga paraisong marikit
Nasagap ko ang kahulugan ng buhay sa bawat pagbisita ko sa Datu Salumay
Makikita sa mata ng mga batang kabisado na ang pasikot-sikot ng mga mapaghamong bulubundiking pumapaligid
ang ligayang hatid ng payak na pamumuhay
Kuntento sa mumunting mga kubo
inaaliw ang sarili sa pakikipaglaro sa mga kapit-bahay
na halos ang mga mukha ay hindi na magkasinglayo
Naranasan ko ring tumigil ang mundo
nang makasakay ako sa isang motor na may pakpak
hindi naman ito lumilipad sa ulap ngunit tinatawag nila itong "skylab"
at bigla kong napagtanto na biyaheng langit na pala ito
dahil sa bawat harurot nito'y bilang na ang iyong bawat segundo
Humanda kang madausdos sa kalsadang daig pa ang bangin patungo sa Sittio Patag

marahil sa unang dinig ay nakapapanatag ngunit
hintayin mo lamang ang bahaging
naghihintay sa iyong pagdating
mabato, liko-liko, takbo'y pagiling-giling
salubungin ka man ng hangin ay wala ring silbi
sapagkat ang hininga mo ay kailangan mong pigilin
Hahaba ng bigla ang iyong panalangin at mula rito
napagtanto kong ang buhay ay parang pagsakay rin sa
skylab
Minsan, kailangan mong paniwalaan
na kayang-kaya ng Nagmananeho ang lahat ng lubak
na daanan
susubukin ka
kakabahan
lalamunin ng takot ngunit kapit ka lang
dahil pagdating mo sa sementadong daan
sa mga pagkakataong lahat ng pagsubok ay iyong
napagtagumpayan
biglang gaganda ang pakiramdam
matatamasa mo rin ang gaan ng kalooban
Pagkatapos, mangangarap kang muli na tumawid ng
mga bundok
maging alipin sa mga talahib at madamong tuktok
hanapin ang rumaragasang ilog
at damhin ang musikang hatid ng tubig
isinisigaw nila ang pag-ibig
At oo, ako nga ay napaibig sa kariktan nito
Noon, bumibisita lamang ako upang makalimot
ngunit ngayon, panauhin na ako ng lupain at bahagi
na ako nitong malawak na bukirin
Hiling ko,

marami pa sanang dumayo rito't makita ang lahat ng
nasilayan ko
marami pa sana ang magnais na maglakbay at
maranasan ang buhay dito
Pangako, babalikan ko ito.
Pangako, uuwi pa rin ako rito.

Minsan Nang Magkwento Ako Sa Anino

Minsan nagkwento ako sa isang anino
Sabi ko, ang saya palang mabuhay kapag
alam mong kahit madapa ka ng paulit-ulit
ay may mga tao pa ring tatanggap sayo
Yung kahit andilim na ng paligid ay pipiliin mo pa
ring maglakad kahit nakapaa ka na
dahil alam mong nandiyan lang ang liwanag
Yung kahit ilang beses mo mang sukuan ang sarili mo
sa paniniwalang dumating ka na sa hangganan ay
lalaban ka pa rin
mapanatili lang ang sarili mong buo
Yung kahit nawala na ang lahat sayo
hihinga ka pa rin, mabubuhay at magpapatuloy kasi
alam mong hindi dito nagtatapos ang mundo
Sinagot ako ng anino,
Isipin mo na lamang ang buhay ng isang kawayan sa
gitna ng malakas na bagyo
Hinahambalos siya ng unos
Iaapi ng hangin ngunit tila nagpapatangay lamang sa
agos
Bumabangon hanggang sa matamasa niyang muli ang
tag-araw
Hindi man siya ganoon karikit tulad ng mga bulaklak,
ni hindi nga namumulaklak
Naniniwala naman siyang higit pa sa kariktan ang
kanyang silbi sa mundo

Kaya't marami tayong nagagawa gamit ito
Ginagawa siyang upuan,
pahingahan ng mga hapo sa buong araw na pakikipagsapalaran
Ginagawa rin siyang lamesa,
saksi sa mga kwento tuwing nasa hapag-kainan
Ginagawa rin siyang tahanan,
imahe ng payak na pamumuhay ngunit puno ng kapayapaan
Ikaw rin ay tulad niya,
dahil sa ilang taon nating pagsasama
sa tagumpay mo't ligaya
sa kabigua't pagluluksa
nagawa mong marating kung nasaan ka
Lumayo man ako sayo'y
patuloy mo akong naging kasangga
Hindi ka nagpadaig kahit wala ako sa iyong tabi
at kahit nangungulila ka sa akin gabi-gabi
Ikaw ang kwentong hindi ko pagsasawaan
Ikaw ang musikang paulit-ulit kong pakikinggan
Ikaw ang tula sa lahat ng kabanatang akin pang pagdaraanan
Yun ang sabi ng anino sa akin
At kahit di man niya sabihin
Alam kong alam niya sa sarili niyang,
Siya din
ay tulad ng kawayan
Matatag, matibay at mahalaga
Dahil sa kanya ko ito minana
Lubos ang aking ligaya
na mayroon akong anino tulad ng aking INA

Unang Kabanata
(para sa aking mga mag-aaral)

Tanda ko ang unang halimuyak na nabatid nang
unang makaapak itong mga paa sa pintuan ng isang
silid na binubuo ng iba't ibang kulay ng balat
Iba't ibang ritmo ng musika, iba't ibang himig ng tila
isang orkestra ng mga tinig
May mga sigaw, may mga tsismis
May mga pagkabighani sa unang pagsilip sa mata ng
isang binata
May mga pagtingin sa isang dalagang dayuhan sa
lupain
Samu't-sari ang kaganapan, walang kung ano akong
inasahan
Hanggang sa una akong sumigaw, "Magsitayo ang
lahat!"
Sinimulan ang bawat araw sa isang panalanging
"Sana, hindi magtapos ang mga araw na walang
dahong lalago at walang tutubong bunga."
At nagbunga nga ito ng isang samahan sa loob ng apat
na sulok ng silid
Nasaksihan ko ang mga araw na panay tawa ang hatid
Halakhakan minsa'y di nagmamaliw
May mga sandaling ikinukulong ko sila sa ibang silid
Pinauukit ng mga pangakong sa susunod ay hahayaan
nila akong humagupit
Huwag lamang silang mailapit sa kamay ng kung
sinong dayuhan

At masulyapan ng mga matang minsa'y mapanghusga
Sinanay ko silang maniwala
Sinanay ko silang hanapin ang bahaghari sa bawat makulimlim na ulap
Pinapaalala na ang liwanag ay abot-kamay nila basta't hindi nila pipigilan ang sariling tumingala
Ipinangako sa kanila, na kahit gaano man kahirap ang buhay
Handa akong mag-alay ng kamay upang sa kanila ay umagapay
Marami kaming ipinagdiwang na tagumpay
Pinatunayan sa iba na kahit ilagay sila sa gitna ng kagubatan ay kaya nilang mamayagpag
Iwinasiwas ang pakpak at hindi nagpatinag sa mga matang agila
Marami rin kaming ipinagluksa ngunit ang aming tatag ay sintibay ng mga rehas
Tinuruan ko silang maging malaya
Maging totoo sa isip, salita, at gawa upang sa susunod mang mga kabanata
Kapag sa pagkakadapa ay nahirapan silang umahon muli
Hindi na nila kailangang hintayin ang iba
Ganito ko binigyan ng kulay ang buhay nila
Ganito ko sila minahal
Inalay ko sa kanila ang mga matang hindi mapanghusga
Pusong napakalaki upang tanggapin sila
At isip na ang laging inaalala ay ang kapakanan nila
At ngayo'y napagtanto ko, na posible ang pagbabago
Kahit sa mga taong hindi mo inaasahang yayakap nito

Biglang Bitaw, Biglang Hila

Walang luhang hindi umagos nang pinili kong
kumalas mula sa'yo
Matagal ko na ring pinag-iisipan 'to at sigurado akong
alam na alam mong pagod ako
Hindi dahil buong araw akong tumatakbo sa walang
hanggang kapatagan
Naghahanap ng kapanatagan na hindi naman nakikita
sa simpleng pagsinghot ng kaligayahan
Hindi rin dahil nagsawa na akong makinig sa paulit-
ulit na musikang hatid lamang ay lungkot
At pagkainis sa kung anong klaseng takbo ng buhay
meron ako sa kasalukuyan
Hindi ako pagod dahil sa marami akong ginawa upang
manatiling nakahawak sayo
Pagod ako dahil wala akong ginawa upang manatili ng
matagal sa piling mo
At ngayon, siguro'y sasabihin mong nababaliw na ako
Dahil, sino ba namang kakalas sa pangakong
panghabambuhay na kasiyahan?
Sa paraisong kailanman ay hindi ka pagsasarhan?
Sa pag-ibig na kailanma'y hinding-hindi ka
huhusgahan bagkus tatanggapin lahat ng iyong
kamalian?
May mas hihigit pa ba sa biyayang yan?
Siguro, meron

Siguro, mas higit rito ang pagsayaw sa ilalim ng mga makukulay na bombilya
Habang pinapatugtog ang mga awiting may temang karahasan, sekswal, droga
Na kailanma'y hindi naging angkop sa lahat ng Kanyang nilikha
O baka naman, mas nakakahumaling talagang mapalibutan ng mga katawang materyal ng kapusukan
Mga bagang nagpapakalunod sa usok at mga bote ng tekila at vodka
Isama mo na ang panonood ng malalaswang programa, hindi ba?
Hindi ba't ganoon ko binitawan ang kamay mo bigla? Ipinalit sa panandaliang biyaya?
Ngunit teka lang, bakit nakahawak ka pa? Bakit tila hinihila mo akong bigla?
Hindi pa ba sapat lahat ng ginawa kong kasalanan upang ako'y iyong kamuhian?
Hindi ka man lang ba tatakbo, tatalon, sisigaw na "Ayoko na. Sinusukuan na kita!"
O kaya nama'y hayaan akong magdusa dahil tingin ko karapat-dapat akong maparusahan!
Hindi ko maintindihan kung paanong naibibigay ng isang taong umiibig ang kanyang kapatawaran
Dahil ang hirap, ngunit alam kong ganyan ka magbigay ng pasya
Lahat ng madungis sayo'y gagawin mong maganda
Maging ang mga guho ay isang obra maestra
Isa kang alamat na hindi mawari ng ilan ang pinanggalingan

Ngunit sa larangan ng kabaitan, namamayagpag kang lubusan
Hinding-hindi mo ipinagkakait ang iyong kayamanan, huwad ang iyong kalooban
Kaya ngayon, ang biglaan kong pagbitaw ay pinigilan ng biglaan mo ring paghila
Ang biglaan kong pagkalimot sayo'y pinalitan ng biglaan mo sa aking pag-alala
Ang biglaan kong pagtaboy sa lahat ng alaala ko sa'yo ay naagapan ng muling pagbabalik ko
Hinding-hindi ka bumitaw sa pagkakahawak mo
At nakatitiyak akong sa paglagas ng mga dahon hudyat ng pagpapalit ng panahon
Uusbong mula sa mga kamay mong nakabigkis sa kamay ko, ang panibagong pag-ahon

Pareho Tayong Kriminal

Pareho tayong kriminal
Parehong malapit sa peligro at sa bingit ng kamatayan
Namumuhay sa patalim
Nagtatago ng mga lihim
Parehong nagmahal
Parehong nasaktan
Parehong naiipit sa pag-ibig na hindi tanggap ng lipunan
Kapwa lulong sa bisyo ng makamundong kasalukuyan
Minsan, tayo ay naglakbay
Sa isang madilim na kalsada kapwa naglaboy ang ating mga paa
Binaybay ang isang kalyeng kinukumutan ng panghuhusgang nagmumula sa mga mata ng mga taong hindi natin kilala
At oo, hindi nila tayo kilala
Hindi nila alam kung paanong nagtagpo ang ating mga paningin at tumigil ang oras nang minsan tayong mapasakamay ng tadhana
Hindi nila nasilayan kung paanong naglapit ang ating mga palad
At sa unang pagkakataon ay nasilayan natin ang mga espasyong kinakailangan punuin sa isa't isa
Natutunan natin kung paano umibig, kung paano magmahal
Pareho tayong kriminal

Parehong pinili ang maglayag kahit bilad sa sikat ng araw
Nababanaag natin ang mundo
At nang makarating tayo sa dalampasigang tinutungo
Ay unti-unti tayong gumawa ng sarili nating paraiso
Ng sarili nating kanta
Ng sarili nating sayaw
Ng sarili nating kwento
At oo, kapwa tayong masaya na tila ba wala nang saysay ang kahapon
Na tila ba ang islang iyon ay isang panibagong mundo
At oo, pinili nating manatili roon
Ng mahabang panahon
Singhaba ng mga oras na iginugol ko sa paghahanap ng kasagutan sa mga tanong na matagal na nating dala-dala
Singhaba ng mga sandali sa tuwing ang ating mga katawan katawan ay niyayapos ang isa't isa
Pareho tayong kriminal
Parehong nagkasala sa mata ng batas
Parehong nabulag sa pag-ibig na kailanman ay hindi naging tama
At oo, aaminin ko
Minahal kita kahit alam kong may iba kana
Minahal kita kahit alam kong wala tayong pag-asa
At ano ba ang masama?
Krimen ba ang umibig sa isang taong iniibig na ng iba?
Krimen bang maituturing kung hindi nakagawang pigilin ang pusong tumibok para sa kanya?

Isang Paanyaya sa Pagliliyab

Hindi ba pwedeng hatiin ang pusong tumitibok lamang para sa isa?
Pareho tayong kriminal
Parehong malapit sa peligro at bingit ng kamatayan
Parehong nasaktan ngunit tama pa ang lumaban?
Gayong hinahadlangan tayo ng lipunan?
At oo aaminin ko,
Minahal rin kita sa pag-aakalang ang iyong mga kamay ang espasyong hinahanap ng aking mga kamay
Minahal kita kahit alam kong mahal ko rin siya
Akala ko ito ang tama
Akala ko hindi tayo nagkasala
Ngunit oo, pareho tayong nagkasala
Hindi lamang tayo ang nasaktan
Hindi lamang tayo ang sugatan
Sugatan rin ang lipunan
At hindi nila tayo hinuhusgahan
Nakikita mo ba ang kanilang mga mata?
Punong-puno ito ng pag-aalala
Sapagkat ang pag-ibig na ito'y maaaring magdala sa atin sa hantungang hindi natin inaasam
Oo, pareho tayong kriminal
At ang peligrong nag-aabang ay ang pag-ibig
Peligro ang magmahal ng taong may iba nang sinisinta
Peligro ang umibig sa taong hinding-hindi ka pipiliin
Peligro ang magmahal na umaasang mamahalin ka pabalik
Peligro ang pag-ibig
Ngunit mas peligro ang mabuhay nang walang pag-ibig
Kaya mahal, bago natin pakawalan ang isa't-isa

Aminin natin sa kanila ang lahat
Ang pagtataksil
Ang pagkukunwari
Ang pananalansang
Ang pagnanakaw
Ang paninirang-puri
At bago natin tuluyang lisanin ang paraisong minsan nating binuo
Hayaan mo munang sabihin ko ito sayo
Umibig ka ng tapat at totoo
May inilaan ang tadhana para sa iyo
Siguro nga'y hindi tayo ang para sa isa't isa
Ngunit nagpapasalamat ako, dahil nakilala kita
Dahil sayo, natutunan ko kung paano magmahal ng tama
At kung paano bumitaw nang hindi nag-aalinlangan
Mahal, alam kong hindi madaling bitawan ang mga palad na minsan mo nang naging pahingahan
Sa gabing hindi ka pinapatulog ng pag-ibig na puro kasinungalingan
Kaya mahal, sumuko na tayo
Isuko natin ang ating buhay sa totoong may-ari nito
Hayaan nating siya naman ang maghabi ng isang panibagong kwento
Pareho tayong kriminal
At pareho tayong susuko sa kamay ng Maykapal

Huli

Maliwanag ang buwan nang huli kong narinig ang iyong mga yabag
Sabay sa huni ng mga kuliglig ay ang pagbitaw mo sa aking pagkakahawak
Tirik pa ang umaga ngunit tila gabi na sa aking gunita
Makulimlim at walang musika ng pag-asa
Maya't maya'y dinamayan ako ng hangin
Ibinulong niya sa akin ang pag-asang babalik ka rin
Alam kong babalik ka rin
Ngunit hindi ko hawak ang mga bitwin
Hindi ako bihasa sa kalendaryo
Hindi ko rin pinag-aralan ang uniberso
Kaya't wala akong tiyak na sagot kung kailan kita muling masisilayan
Maingat tayo minsan kapag tayo'y lumilisan
Sinisuguro nating ang mga bakas, kung tayo man ay mag-iiwan
Ay ang mga alaalang nagpabatid sa atin ng kasiyahan
Nagbigay kulay sa bawat madilim na yugto ng ating nakaraan
Na handog sa atin ay kapayapaan ng damdamin at isipan
Mga alaalang mahirap bitawan
At sa pagkakataong ito
Hindi ko ikakaila ang kirot sa aking dibdib
Nang pinili mong wasakin ang sinimulan nating pag-ibig

At wakasan ang kwentong sabay nating hinabi sa mga tala
Wika mo nga, masyado nga talagang mataas ang mga bitwin kaya't nahirapan kang sila ay abutin
Tinuran ko sayong hindi, kailan ma'y hindi sila malayo
Nagkulang ka lang siguro sa pag-angat ng iyong mga braso
Nangawit, napagod, nanlamig hanggang sa tuluyan ka nang sumuko
Maingat man tayo minsan sa ating paglisan ay hindi natin maiiwasang mag-iwan ng napakaraming palatandaan
Ng unang pagkikita
Ng unang pagkaing pinagsaluhan
Ng unang kantang inawit natin ng sabay
Ng unang beses nating nakita ang halaga ng buhay
Sa ganitong paraan ka naglaho
Bakas sa utak ko ang mga alaalang iyong idinibuho
Nagtayo ka ng sarili mong monumento sa bawat sulok ng kaluluwa ko
At pilit ko man tibagin ay nag-iiwan pa rin ng guho
Mga piraso ng sementong kalakip ang mga naudlot mong pangako
Maliwanag ang buwan nang huli kitang nakitang naglalakad palayo
Palapit sa bagong pinto
Kinatok ito at bago ka pumasok
Lumingon sa huling pagkakataon at sinabing,
"PATAWAD, PAALAM, SA ATING NAKARAAN"

Ikalawa

Kung tatanungin ako kung paano kita nililimot sa mga
sandaling ito
Sasabihin kong,
Masdan mo kung gaano kaluwang ang lansangan
Wala ang busina ng mga nag-aatubiling sasakyan
Hindi mo rin maririnig ang mga awiting sanay kang
pakinggan
Sa araw-araw mong pakikipagsapalaran
At pakikipagpatintero sa daan
Ito ang payapang hatid ng iyong paglisan
Tinuturuan ko ang sariling masanay sa alingawngaw
ng katahimikan
At sinisigurong bukas pa rin ang puso para sa mga
susunod na kabanata
Wala akong sinasabing pagbabalik tanaw
Ang sa akin lang
Hindi magtatapos ang daigdig kapag may nawawasak
na pag-ibig
Dahil ang pag-ikot nito ay kalakip ang isang
panibagong yugto
Kung saan aasa tayong muli sa pangalawang
pagkakataong magmahal
Maniniwala pa rin sa pag-ibig at paulit-ulit na susugal
Itataya ang puso kasabay ng pagdarasal
Na sana, ang pamamaalam mo'y hudyat ng
pagbubukas ng isang panibagong kwento

Ito rin yata ang yugto kung saan, malaya kang gawin
ang mga bagay na inihinto mong subukan noong
hawak pa kita
At hanapin ang landas na inilaan sa atin ng tadhana
Bagamat buhay pa man ang alaala
Nagwakas naman ang pagluha
Napagtanto kong walang idinudulot ang puot at galit
kundi abala at pasakit
Malaya na ako sa sakit kaya't palalayain na rin kita sa
mahigpit kong pagkapit
Sisimulang iwaglit mula sa aking gunita upang tahakin
ang daan palabas sa kawalan
Dahil, aaminin ko
Naging bihag ako ng lungkot
Masyadong nilunod ang sarili sa takot at nagpaalipin
sa hindi ko paglimot
Naging baldado ang buong pagkatao
Paralisado at hirap makausad
Ngunit ngayong tapos na ako sa mapait na yugtong
ito
Sisimulan ko nang umusbong mula sa mga abo
Ititigil ang pagtangis at sasabayan ang umiiral na
kapayapaan
Titingalain ang langit na may dalisay na isipan at
sasambitin ng may paglaban
"PAALAM, SALAMAT SA ATING NAKARAAN"

Una

Sa unang pagkakataon
Matapos ang lahat ng hinarap kong hamon
Sa loob ng mahabang panahon
Naranasan ko na ang maging tunay na malaya
Nilisan ang selda ng nakaraan
At naglayag sa karagatan ng pag-ibig at pagpapatawad
Pinaghilom ang kalyado kong puso ng pagtanggap at pasasalamat
Dahil sa wakas, nahanap ko na ang aking mga paa
Dito, sa dalampasigan ng ligaya na kung saan lahat ng poot at galit ay pinapadalisay ng mga alon at katotohanan
Dito ko mas naunawaan na minsan, isang biyaya rin ang paglisan
Sapagkat mas naging malaya ako nang pinili kitang bitawan
Nagkaroon ng saysay ang bahaghari matapos ang tag-ulan
Ito ang bahaghari ng yugtong ito
Ito ang kulay sa makulimlim kong mundo
At kahit dumatal man ang isang panibagong delubyo
Panatag ako
Dahil tulad ng paglisan mo, lilipas din ang mga ito
Lilipas din at magiging alaala ng minsang pagpapatatag sa atin ng panahon

Lilipas at magiging isang tula, isang dula o isang awit na hahayaan tayong magbaliktanaw sa minsan nating pagkabigo
Nawa'y isaisip at isapuso mo rin ang mga ito
Nawa'y sa muli nating pagkikita
Kung hahayaan man tayo ng tadhana
Ay makita ko sayo ang ngiti ng tunay na ligaya
Hindi man tayo ang inilaan para sa isa't isa
Sigurado naman akong hindi nagkamali si Bathala
Hiling ko lamang ay gabayan ka ng mga tala
Magpasya ng hindi naaayon sa damdamin kundi sa kung ano ang tama
Dahil minsan, nililinlang tayo ng ating nararamdaman
Ito na yata ang pinakamasaya at pinakamatamis na pamamaalam na maihahandog ko sa'yo
Tandaan mo
Kinalimutan ko man ang sakit at pait ng naudlot nating kwento
Maaalala ko pa rin na minsan sa buhay ko
Dumaan at nanahan ang isang tulad mo
Hindi mo ako winasak
Tinulungan mo akong mabuo
Kaya't ako ngayon ay naririto
Sa karagatan ng pag-ibig
Sa dalampasigan ng ligaya
Matatag, matapang at malaya
"PATAWAD, PAALAM, SALAMAT SA ATING NAKARAAN"

Sa Una at Huli Kong Iibigin

Marami nang nauna
Oo, marami nang sumubok mamalagi sa puso ko
Nabihag sa kamandag ng mga salitang sintamis ng
sorbetes sa gitna ng tag-init
Natunaw, naglaho
Hindi kinaya ang taas ng temperatura sa loob kaya't
kinailangan munang magtago
Piniling humanap ng ibang kanlungan
At ako
Naging bakanteng lote sa gitna ng damuhan
Naging masukal ang daan patungo sa pusong nawalan
At sa mahabang panaho'y naranasan ang tagtuyo,
hindi kailanman inulan
Naghintay, nagsulat, pinilit makausad at sa awa ng
Maykapal namuhay akong matiwasay
Noon winika ko, hindi ko kailangan ng kung sinuman
upang punan ang nawawalang piraso sa buo kong
pagkatao
Isinirado ang pinto ngunit hindi ko ikinandado
Sinubukang papasukin ang mga bisitang hangad lang
ay makaambag
Ng kaunting ngiti, galak, at pagpapayo
Nakinig ako sa maraming payo
At nanalangin na sana, balang araw, kung magkita
man tayo

Ngingiti ako at sasabihing, hindi man ikaw ang babae
sa panaginip ko
Nakatitiyak naman akong ikaw ang tinitibok ng puso
ko
At ikaw ang bunga ng lahat ng dasal na iginugol ko
habang hinihintay ka
At ngayon, dumating ka
Dumating ka tulad ng hamog sa umaga
Malayang dumarampi sa tuyong mga dahon
Nagtampisaw ako sa iyong mga alon
At sa unang pagkakataon, sa mahabang panahon,
sasamahan kita patungo sa masukal na daan tungo sa
pusong nawalan
Na ngayon ay napunan
Inulan ng pag-ibig na walang hanggan
Pangako, ilang hamon man ang sumubok sa atin
Lumamig man ang simoy ng hangin
Ikaw ang una at huli kong iibigin
At sana, sayo, ako rin.

About the Author

Junel Garsuta

Si Junel ay isang guro sa Davao Central College na nagtuturo ng Araling Panlipunan at Edukasyon sa Pagpapakatao. Magmula pa lamang noon ay hilig na niya ang pagsusulat ng tula bilang paraan sa pagbabahagi niya ng kanyang kwento at karanasan. Binuo niya ang isang pangkat na kung tawagin ay "Tinta Pluma" noong siya ay nasa kolehiyo upang tulungan ang mga nagsisimulang manunulat na hasain ang kanilang abilidad. Bahagi rin siya ng The Pseudonyms Davao na isang pangkat ng mga makata mula sa iba't-ibang anyo ng buhay. Layunin niyang magbigay pa ng inspirasyon sa mga kabataang naglalayong maging makata rin na tulad niya.

www.ingramcontent.com/pod-product-compliance
Lightning Source LLC
LaVergne TN
LVHW041638070526
838199LV00052B/3439